Katha-Imikan

Mga Tulang Namamayapa

W. J. Manares

Ukiyoto Publishing

All global publishing rights are held by

Ukiyoto Publishing

Published in 2024

Content Copyright © W. J. Manares

ISBN 9789364945295

*All rights reserved.
No part of this publication may be reproduced,
transmitted, or stored in a retrieval system, in any form
by any means, electronic, mechanical, photocopying,
recording or otherwise, without the prior permission of
the publisher.*

The moral rights of the authors have been asserted.

*This book is sold subject to the condition that it shall not by
way of trade or otherwise, be lent, resold, hired out or
otherwise circulated, without the publisher's prior
consent, in any form of binding or cover other than that in
which it is published.*

www.ukiyoto.com

Para kay Peace Pilgrim at sa mga Kaibigan niya

Contents

Bahagi I - Dalit	1
Katha-imikan	*2*
Ka-payapa	*2*
Kaya	*3*
Pagkapa	*3*
Akap	*4*
Apak	*4*
Tahi	*5*
Tahimik	*5*
Usapayapa	*6*
Paanan	*6*
Kapayapaan	*7*
Himig	*7*
Bahagi II - Diyona	8
Pusong Payapa	*9*
Damdamin	*9*
Tibok	*9*
Alab	*10*
Pintig	*10*

Payapang Buhay	*11*
Matigas	*11*
Mamon	*12*
Bisperas	*12*
Araw	*13*
Mahal	*13*
Pag-ibig	*14*

Bahagi III - Tanaga	15
Lintik	*16*
Langit	*16*
'Di Magbabago	*17*
Tunay	*17*
Dakila	*18*
Pinukaw	*18*
Paghayag	*19*
Pag-ibig kay Apo	*19*
Kulang	*20*
Salat	*20*
Sumpong	*21*
Martsa	*21*

Bahagi IV - Karagdagang Tula I	22
Paglimot	*23*
Biyahe	*23*
Tikbalang	*24*
Kalabaw	*24*
Alamat	*25*
Tigre	*25*
Banig	*26*
Pusa	*26*
Bahagi V - Karagdagang Tula II	27
Nalulunod Sa Mga Iniisip Tungkol Sa Iyo	*28*
Dingsol	*30*
Limi	*32*
Reclusión Perpetua	*34*
Kinse	*36*
About the Author	*38*

Bahagi I - Dalit

Katha-imikan

Sa bawat nilikhang sining,
May lamang mga usapin,
Upang ikaw ay magising,
Sumang-ayon at umiling.

Ka-payapa

Kaibigan at kapatid,
Usaping dapat ay batid,
Hindi dapat manahimik,
Wakasan na ang ligalig!

Kaya

Sisimulan sa sarili,
Ayusin yaring ugali,
Hindi kaya? 'Di na bale,
Manahimik sa 'sang tabi!

Pagkapa

Minsa'y hindi mahagilap,
Inaasam na pangarap,
Dahan-dahan mong salatin,
Kapayapaa'y abutin.

Akap

Isang pagkilos na tama,
Ang dapat nating magawa,
Gamitin ang mga bisig,
Iparamdam ang pag-ibig.

Apak

Mag-ingat sa iyong lakad,
Baka saan ka mapadpad,
Ang tahimik mong pagyabag,
Baka sa batas ay labag.

Tahi

Sinulsi mo at inayos,
Yaring sayang kinakapos,
Ngunit hindi mo tinapos,
Dahil ika'y nakagapos.

Tahimik

Walang imik, walang ingay,
Walang gulo, walang saysay.
Walang masabi, 'lang pake,
Tunay na makasarili!

Usapayapa

Nais ng bawat nilalang -
Kasunduan at paggalang.
Hinangad ng mapanglinlang -
Bangayan at panglalamang!

Paanan

Nakatingin sa itaas,
Tumatangkilik sa antas.
Tila mangmang kahit pantas -
Ang nasa loob ng butas.

Kapayapaan

Usaping dapat mabuksan,
Paksang nais matugunan,
Saksi ang langit at buwan,
Bawat isa'y umaasam.

Himig

Ang katahimikan ngayon,
Ay tugtugin ng panahon,
Tono man ay hindi bagay,
Sayawan ng walang humpay!

Bahagi II - Diyona

Pusong Payapa

Mabuting saloobin,
Mahinahong damdamin,
Walang dapat isipin.

Damdamin

Ano bang kinikimkim,
Ba't hindi makatingin?
Tila may suliranin.

Tibok

Kalamna'y nanginginig,
'Di pa rin padadaig -
Puso pa'y pumipintig!

Alab

Sa madilim na yugto,
Paningasin ang sulo,
Liwanag, isapuso.

Pintig

Dibdib ay tumitibok:
Sa gulo ma'y nalugmok -
Palipasin ang usok!

Payapang Buhay

Katahimikang taglay,
Sa araw-araw'y akay,
Sa pagtawid sa tulay.

Matigas

Laglag man ang salawal,
Nawalan man ng dangal,
O, matibay - gabakal!

Mamon

Eh, ano kung malambot?
Hindi mo malulunok,
'Pag lalamuna'y tuyot.

Bisperas

Bukas ay magbubukas,
Ang puso ay titikwas,
Huwag lang mababanas.

Araw

Tumingin ka sa akin,
Sa gitna ng bukirin -
Puso mo'y pasayahin.

Mahal

Iniibig man kita,
Ngunit hindi ko kaya,
Kulang pa yaring barya.

Pag-ibig

Kapag ika'y nandine,
Puso ay nawiwili,
'Di na magsasarili.

Bahagi III - Tanaga

Lintik

Sa'yo'y biglang nagulat,
Liwanag mo'y kumalat,
Sobrang bilis! Nasa'n ka?
Hahanapin na, teka!

Langit

Sa taas nakatanaw,
Aninag at malinaw,
Busilak at malinis,
Hindi nakakainis.

'Di Magbabago

Magulo man ang mundo,
Hindi man magkasundo,
Ang pag-ibig ko sa'yo,
Matigas pa sa kalyo.

Tunay

Totoong matiwasay,
Buhay nati'y may saysay,
Dahil kapayapaan,
Ang siyang nilaanan.

Dakila

Talagang mahalaga,
Itong itinalaga,
Na bigyan ng tiwala,
Dahil sila'y dakila.

Pinukaw

Ginising mo ang diwa,
Upang hindi magsawa,
Naalimpungatan man,
Tuloy lang ang taniman.

Paghayag

Maliwanag, nakita,
Kahit hindi halata,
Ano ba ang masama,
Kung hindi nasa tama?

Pag-ibig kay Apo

Mahal na mahal niya,
Ang tapat sa kaniya,
Ngayon nasaan sila?
Tila nasilo nila!

Kulang

Hindi sapat ang pera,
Wala ka pang karera,
Kapos ka sa salapi?
Hindi ka naman pipi!

Salat

Nangangapa sa dilim,
Bumagsak pailalim,
Talagang kaunti lang,
Tunay na kinukulang.

Sumpong

Hindi ko maipinta,
Mukha ng aking Sinta,
Nakakunot ang nuo,
Nguso ay buung-buo.

Martsa

Lakad-pasulong, lakad,
Sintas mo'y namukadkad,
Kanan, kaliwa, kanan,
Sa gitna ng labanan.

Bahagi IV - Karagdagang Tula I

Paglimot

Hindi ko maalala,
Ni maisip ang noon.
Ngunit nagtataka na,
Bumalik pa rin doon.

Biyahe

Paglalakbay ba ito,
Kung dala'y kapaguran?
Saan ba patutungo?
Doon sa nakaraan?

Tikbalang

Ngumiwi na ang araw,
'Di makita ang ikaw?
Tumila na ang ulan,
Ikaw ba ay nasaan?

Kalabaw

May galak sa tuwina,
Habang araw ay hitik.
Init 'di alintana,
Kasiyahan sa putik.

Alamat

Isang kuwentong bago,
Sa nakaraa'y hango.
Luma man sa pandinig,
Ngayon lang nagkahilig.

Tigre

Sa bilis tila hangin,
Tumatagos ang tingin.
Sugat aking natamo,
Sa pusang katulad mo.

Banig

Humihilata ka na,
Gumugulung-gulong pa.
Nais bang magpahinga?
O tuluyang lumaya?

Pusa

May kaliitang tigre,
Alaga ng marami.
Dahil sa isang kalmot,
Ika'y 'di malilimot!

Bahagi V - Karagdagang Tula II

Nalulunod Sa Mga Iniisip Tungkol Sa Iyo

Nang dumatal ang mga patak ng ulan,

Sa lupa kung saan ako nahihimlay - naghahanap ng ginhawa,

Sumasakit ang aking ulo, nalulunod sa mga iniisip tungkol sa iyo.

Samantalang ang tubig ay bumabagsak,

Mula sa kalangitan, hinahagkan nito ang aking buhok,

At binubura ang aking mga iniisip gaya ng hamog sa umaga.

Binabasa ang damdamin,

Ng tinatawag na pag-ibig at tapat na pagmamahal,

Nararamdaman ko na ikaw rin, ay may ganitong damdamin... para sa akin!

Sa sandaling tumigil man ito, nauunawaan ko,

Na may isang bagay na bago - ang kakaibang pagtibok ng aking puso,

Kahalintulad ng isang mapangahas na bagyo.

Sa muling pagbuhos ng ulan,

Sa tigang na lupa kung saan ako nakakahanap ng kapahingahan,

Hihinahon na ang aking utak kahit nalulunod sa mga iniisip tungkol sa iyo.

Dingsol

Dingsol, dating dumadaloy mula sa siwang ng pluma,
Hatid ang mga kataga, isang mundo ng kaalaman.
Sa kasamaang palad, ang likido ng sining ay nawala,
At ngayon ang kaluluwa'y nagtatanong kung nasaan.

Sa bawat paghagod, isang kuwento sana ang naipapahayag,
Mga damdamin ay lumalaya, sa mga tula'y napapanatag.
Ngunit ngayon, ang tinta'y huminto sa pag-agos,
Naiwanang mga puso, nagluluksa, kalungkuta'y lubos.

Walang mga taludtod upang magpagaling, walang kahalubilo upang hanapin,
Ang napipighating makata, ngayon ay nakakulong sa dilim.
Mga linya ay hindi na maituwid, tila disyertong makitid,
Ang mga pangarap ay lumubog sa alikabok nasidsid.

Sa pagkawala ng tinta, buong sanlibutan ay nawalan,
Kadiliman ang bumalot sa katotohanan at kasinungalingan.
Ang kapangyarihang dala, ngayon ay humina,
Hindi na kayang isalin sa papel na luma.

Ang mga pahina'y naging blangko, walang makita,
Ang tinig ng abang anak ni Balagtas ay naglaho na.
Ang dulot sa buhay, mahirap isipin, nakakalula,
Kung wala ang mahika ng dingsol, saan tayo maniniwala?

Limi

Nang aking sinubukang umibig na walang kapalit,
Na kung 'di man mapansin, 'di ako namimilit.
Puso ma'y umasa, naghihintay ng pagkakataon,
Ngunit ang kanyang pagmamahal, 'di ramdam, bakit ganoon?

Sa tuwing tumitingin ako, walang pagbalik ng sulyap,
Mga mata'y walang kibo, biting kutitap, hinahagilap.
Ngunit sa bawat titig ko'y puso'y sumisigaw ng pag-asa,
Kahit walang kasiguraduhan, patuloy ang pagnanasa.

Habang lumilipas ang mga araw, pag-ibig ay umaapaw,
Ngunit ang bituing ito'y tila ayaw magpaligaw.
Ako'y nagmamahal ng tunay at sulit,
Umaasa pa ring sa huli, mapansin din kahit saglit.

Sa bawat awit ng puso, umaagos ang lungkot at balisa,
Dahil ang himig ko'y 'di niya naririnig, talaga,
Ngunit kahit sa ganitong kalagayan, patuloy ang aking pagsinta,
Darating kaya ang araw na mauunawaan niya ang halaga?

Ng pag-ibig na 'di tiyak, laging nagbabakasakali,
Ako'y mananatili, magmamahal ng walang sukli.
Araw-araw, ikaw lamang, O, Hirang, sa puso't diwa,
Iibigin ka hanggang sa huling hininga.

Reclusión Perpetua

Ako'y anino na itinapon ng mga alaalang ligaw,

Isang bilanggo ng nakaraan, walang pakpak na matanaw.

Ngunit huwag matakot, aking kaluluwa, ang pag-asa ay malapit na,

Yakapin ang pader, hayaang makapagpahinga.

Ang mga tanikalang gumagapos ng mahigpit,

Ay panandalian lamang, hindi na mauulit.

Tandaang sa kadiliman, karunungan ay aapoy,

Pagkakataong tumuwid, umunlad, at magpatuloy.

Ang nakaraan ay maaaring masalimuot, mga bulong nito ay napakadaya,

Ngunit sa kailaliman nito, ang kapangyarihang magtiwala.

Upang tumahan na ang iyong pusong lumuluha,

Lakas ng loob lamang ang tunay na magpapalaya.

Basagin na ang salamin na nagkukulong sa pagkatao,
Tingnan ang kinabukasan, bitawan ang bumubuyo.
Ang buhay ay isang piitan, mga aral ay kagila-gilalas,
Sa bawat pagkabulid, may pagkakataon ding makakatakas.

Magsaya ka, aking sarili, sa kasarinlan na iyong matatagpuan,
Sa mga aral na natutunan, sa buhay na tila lumang bilangguhan.
Sapagkat sa pakikibaka, ang tunay na lakas ay ang pagkatuto,
Walang reclusión perpetua na ipapataw sa'yo.

Kinse

Sa loob ng labinlimang segundo, ang mundo'y magbabago,
Ang ating diwa'y aangat sa pangyayaring ito.
Sa mga saglit na mahalaga, na palagi nating minamadali,
Mga tadhana'y mag-iiba, walang mananatili.

Sa isang kisapmata, pangarap ay maaaring magliyab,
Isang pakikipagsapalaran na laging nag-aalab.
Sa labinlimang segundo, mga paa'y mapapagod,
Ngunit may bagong landas na ginhawa ang kasunod.

Sa labinlimang segundo, ang mga pusong sawi,
Sa mabuting salita lamang, lungkot ay mahahawi.
Koneksyon ay mabubuo, mga kaluluwa'y mag-uugnay,
Isang sandali ng init, isang pag-ibig na tunay.

Huwag din nating kalimutan ang mga agad na pagbabago,

Ay maaaring magdala ng kalungkutan at pagkabigo.

Sa loob ng labinlimang segundo, luha'y posibleng tumulo,

Kalunos-lunos na kawalan sa mundong naglalaho.

Ngunit sa gitna ng pait, may tamis na matatagpuan,

Dahil ang pagbabago ay isang siklo, walang katapusan.

Pahalagahan natin ang bawat sandali dahil ang oras ay "oro,"

May bagong simulang nakatago, sa loob ng labinlimang segundo.

About the Author

W. J. Manares

W. J. Manares a. k. a. Willer Jun Araneta Manares is a one-of-a-kind persona in the literary scene of Aklan - the oldest province in the Philippines. He authored 34 published books and counting.

www.ingramcontent.com/pod-product-compliance
Lightning Source LLC
LaVergne TN
LVHW041639070526
838199LV00052B/3460